I0374315

TRANZLATY

Language is for everyone

ภาษาเป็นสิ่งที่ทุกคนต้องการ

Beauty and the Beast

ความงามและสัตว์ร้าย

Gabrielle-Suzanne Barbot de Villeneuve

English / ไทย

Copyright © 2025 Tranzlaty
All rights reserved
Published by Tranzlaty
ISBN: 978-1-83566-992-1
Original text by Gabrielle-Suzanne Barbot de Villeneuve
La Belle et la Bête
First published in French in 1740
Taken from The Blue Fairy Book (Andrew Lang)
Illustration by Walter Crane
www.tranzlaty.com

There was once a rich merchant
ครั้งหนึ่งมีพ่อค้าที่ร่ำรวยคนหนึ่ง
this rich merchant had six children
พ่อค้าผู้มั่งมีคนนี้มีลูกหกคน
he had three sons and three daughters
เขามีลูกชายสามคนและลูกสาวสามคน
he spared no cost for their education
เขาไม่ประหยัดค่าใช้จ่ายสำหรับการศึกษาของพวกเขา
because he was a man of sense
เพราะเขาเป็นคนที่มีสามัญสำนึก
but he gave his children many servants
แต่พระองค์ก็ทรงให้บุตรของพระองค์มีคนรับใช้มากมาย
his daughters were extremely pretty
ลูกสาวของเขาสวยมาก
and his youngest daughter was especially pretty
และลูกสาวคนเล็กของเขาก็น่ารักเป็นพิเศษ
as a child her Beauty was already admired
ตั้งแต่เด็กความงามของเธอเป็นที่ชื่นชมแล้ว
and the people called her by her Beauty
และผู้คนต่างเรียกเธอด้วยความงามของเธอ
her Beauty did not fade as she got older
ความงามของเธอไม่ได้จางหายไปเมื่อเธออายุมากขึ้น
so the people kept calling her by her Beauty
ผู้คนจึงเรียกเธอด้วยความงามของเธอ
this made her sisters very jealous
ทำให้พี่สาวของเธออิจฉามาก
the two eldest daughters had a great deal of pride
ลูกสาวคนโตทั้งสองคนมีความภาคภูมิใจอย่างมาก

their wealth was the source of their pride
ความมั่งคั่งของพวกเขาคือที่มาของความภูมิใจของพวกเขา
and they didn't hide their pride either
และพวกเขาก็ไม่ได้ซ่อนความภูมิใจของพวกเขาด้วย
they did not visit other merchants' daughters
พวกเขาไม่ได้ไปเยี่ยมลูกสาวพ่อค้าคนอื่นเลย
because they only meet with aristocracy
เพราะเขาเจอแต่พวกขุนนางเท่านั้น
they went out every day to parties
พวกเขาออกไปงานปาร์ตี้ทุกวัน
balls, plays, concerts, and so forth
บอล ละคร คอนเสิร์ต ฯลฯ
and they laughed at their youngest sister
แล้วพวกเขาก็หัวเราะเยาะน้องสาวคนเล็กของพวกเขา
because she spent most of her time reading
เพราะเธอใช้เวลาส่วนใหญ่ไปกับการอ่านหนังสือ
it was well known that they were wealthy
เป็นที่รู้กันดีว่าพวกเขาเป็นคนร่ำรวย
so several eminent merchants asked for their hand
พ่อค้าชื่อดังหลายรายจึงมาขอเงินจากพวกเขา
but they said they were not going to marry
แต่พวกเขาก็บอกว่าพวกเขาจะไม่แต่งงาน
but they were prepared to make some exceptions
แต่พวกเขาก็เตรียมที่จะให้มีข้อยกเว้นบางประการ
"perhaps I could marry a Duke"
"บางทีฉันอาจจะแต่งงานกับดยุคได้"
"I guess I could marry an Earl"
"ฉันคิดว่าฉันคงแต่งงานกับเอิร์ลได้"

Beauty very civilly thanked those that proposed to her
นางงามก็ขอบคุณผู้ที่ขอเธอแต่งงานอย่างสุภาพมาก
she told them she was still too young to marry
เธอบอกพวกเขาว่าเธอยังเด็กเกินไปที่จะแต่งงาน
she wanted to stay a few more years with her father
เธออยากอยู่กับพ่ออีกสักสองสามปี
All at once the merchant lost his fortune
ทันใดนั้นพ่อค้าก็สูญเสียทรัพย์สมบัติของเขาไป
he lost everything apart from a small country house
เขาสูญเสียทุกสิ่งทุกอย่างยกเว้นบ้านในชนบทหลังเล็ก
and he told his children with tears in his eyes:
และเขาเล่าให้ลูกๆ ฟังทั้งน้ำตาว่า:
"we must go to the countryside"
"เราต้องไปชนบท"
"and we must work for our living"
"และเราจะต้องทำงานเพื่อเลี้ยงชีพ"
the two eldest daughters didn't want to leave the town
ลูกสาวคนโตทั้งสองคนไม่อยากออกจากเมือง
they had several lovers in the city
พวกเขามีคู่รักหลายคนในเมือง
and they were sure one of their lovers would marry them
และพวกเขาก็มั่นใจว่าคนรักของพวกเขาคนหนึ่งจะต้องแต่งงานกับพวกเขา
they thought their lovers would marry them even with no fortune
พวกเขาคิดว่าคนรักของพวกเขาจะแต่งงานกับพวกเขาแม้ว่าจะไม่มีโชคลาภก็ตาม
but the good ladies were mistaken

แต่สตรีที่ดีกลับเข้าใจผิด
their lovers abandoned them very quickly
คนรักของพวกเขาละทิ้งพวกเขาไปอย่างรวดเร็วมาก
because they had no fortunes any more
เพราะพวกเขาไม่มีทรัพย์สมบัติอีกต่อไป
this showed they were not actually well liked
นี่แสดงให้เห็นว่าพวกเขาไม่ได้เป็นที่ชื่นชอบจริงๆ
everybody said they do not deserve to be pitied
ทุกคนบอกว่าไม่สมควรได้รับความสงสาร
"we are glad to see their pride humbled"
"เรารู้สึกยินดีที่เห็นความภาคภูมิใจของพวกเขาได้รับการบรรเทาลง"
"let them be proud of milking cows"
"ให้พวกเขาภูมิใจในการรีดนมวัว"
but they were concerned for Beauty
แต่พวกเขาสนใจเรื่องความสวยงาม
she was such a sweet creature
เธอเป็นสิ่งมีชีวิตที่น่ารักมาก
she spoke so kindly to poor people
เธอพูดจาดีกับคนจนมาก
and she was of such an innocent nature
และนางมีนิสัยบริสุทธิ์มาก
Several gentlemen would have married her
สุภาพบุรุษหลายท่านคงจะแต่งงานกับเธอ
they would have married her even though she was poor
พวกเขาคงจะแต่งงานกับเธอแม้ว่าเธอจะยากจนก็ตาม
but she told them she couldn't marry them

แต่เธอบอกพวกเขาว่าเธอไม่สามารถแต่งงานกับพวกเขาได้
because she would not leave her father
เพราะเธอไม่ยอมทิ้งพ่อของเธอ
she was determined to go with him to the countryside
เธอตั้งใจจะไปกับเขาที่ชนบท
so that she could comfort and help him
เพื่อที่เธอจะได้ปลอบใจและช่วยเหลือเขาได้
Poor Beauty was very grieved at first
นางงามผู้น่าสงสารเสียใจมากในตอนแรก
she was grieved by the loss of her fortune
เธอเสียใจกับการสูญเสียทรัพย์สมบัติของเธอ
"but crying won't change my fortunes"
"แต่การร้องไห้ก็ไม่ได้เปลี่ยนแปลงโชคชะตาของฉันได้"
"I must try to make myself happy without wealth"
"ฉันต้องพยายามทำให้ตัวเองมีความสุขโดยไม่ต้องมีเงินทอง"
they came to their country house
พวกเขามาถึงบ้านในชนบทของพวกเขาแล้ว
and the merchant and his three sons applied themselves to husbandry
และพ่อค้ากับบุตรทั้งสามก็พากันประกอบอาชีพเกษตรกรรม
Beauty rose at four in the morning
สาวสวยตื่นมาตอนตีสี่
and she hurried to clean the house
แล้วเธอก็รีบทำความสะอาดบ้าน
and she made sure dinner was ready
และเธอก็ทำให้แน่ใจว่าอาหารเย็นพร้อมแล้ว
in the beginning she found her new life very difficult
ในตอนแรกเธอพบว่าชีวิตใหม่ของเธอนั้นยากมาก

because she had not been used to such work
เพราะเธอไม่เคยชินกับงานเช่นนี้
but in less than two months she grew stronger
แต่ในเวลาไม่ถึงสองเดือนเธอก็แข็งแกร่งขึ้น
and she was healthier than ever before
และเธอก็มีสุขภาพแข็งแรงมากกว่าเดิม
after she had done her work she read
หลังจากที่เธอทำการบ้านเสร็จแล้วเธอก็อ่านหนังสือ
she played on the harpsichord
เธอเล่นฮาร์ปซิคอร์ด
or she sung whilst she spun silk
หรือเธอร้องเพลงขณะที่เธอปั่นไหม
on the contrary, her two sisters did not know how to spend their time
ตรงกันข้าม
น้องสาวทั้งสองของเธอไม่รู้จักใช้เวลาว่างให้เกิดประโยชน์
they got up at ten and did nothing but laze about all day
พวกเขาตื่นตอนสิบโมงและไม่ทำอะไรเลยนอกจากนอนเล่นทั้งวัน
they lamented the loss of their fine clothes
พวกเขาคร่ำครวญถึงการสูญเสียเสื้อผ้าอันสวยงามของตน
and they complained about losing their acquaintances
และพวกเขาบ่นเรื่องการสูญเสียคนรู้จักของพวกเขา
"Have a look at our youngest sister," they said to each other
"มาดูน้องสาวคนเล็กของเราสิ" พวกเขาพูดต่อกัน
"what a poor and stupid creature she is"
"เธอเป็นสิ่งมีชีวิตที่น่าสงสารและโง่เขลาจริงๆ"
"it is mean to be content with so little"
"มันหมายถึงการพอใจกับสิ่งเล็กๆ น้อยๆ"

the kind merchant was of quite a different opinion
พ่อค้าผู้ใจดีมีความคิดเห็นแตกต่างไปจากเดิมมาก
he knew very well that Beauty outshone her sisters
เขาตระหนักดีว่าความงามนั้นเหนือกว่าพี่สาวของเธอ
she outshone them in character as well as mind
เธอโดดเด่นกว่าพวกเขาทั้งในด้านบุคลิกและจิตใจ
he admired her humility and her hard work
เขาชื่นชมความอ่อนน้อมถ่อมตนและการทำงานหนักของเธอ
but most of all he admired her patience
แต่สิ่งที่เขาชื่นชมที่สุดคือความอดทนของเธอ
her sisters left her all the work to do
พี่สาวของเธอทิ้งงานทั้งหมดให้เธอทำ
and they insulted her every moment
และพวกเขาก็ดูหมิ่นเธอทุกขณะ
The family had lived like this for about a year
ครอบครัวนี้อยู่กันอย่างนี้มาประมาณปีหนึ่งแล้ว
then the merchant got a letter from an accountant
แล้วพ่อค้าก็ได้รับจดหมายจากนักบัญชี
he had an investment in a ship
เขาได้ลงทุนในเรือ
and the ship had safely arrived
และเรือก็มาถึงอย่างปลอดภัย
this news turned the heads of the two eldest daughters
นี้ ทำให้ลูกสาวคนโตทั้งสองเปลี่ยนใจ
they immediately had hopes of returning to town
พวกเขาเริ่มมีความหวังที่จะกลับเข้าเมืองทันที
because they were quite weary of country life
เพราะพวกเขาเบื่อหน่ายกับชีวิตชนบทมาก

they went to their father as he was leaving
พวกเขาไปหาพ่อของพวกเขาขณะที่เขากำลังจะออกไป
they begged him to buy them new clothes
พวกเขาขอร้องให้เขาซื้อเสื้อผ้าใหม่ให้
dresses, ribbons, and all sorts of little things
ชุดเดรส ริบบิ้น และสิ่งของเล็กๆ น้อยๆ มากมาย
but Beauty asked for nothing
แต่ความงามไม่ได้เรียกร้องสิ่งใด
because she thought the money wasn't going to be enough
เพราะเธอคิดว่าเงินคงไม่พอ
there wouldn't be enough to buy everything her sisters wanted
คงไม่พอที่จะซื้อทุกสิ่งที่น้องสาวของเธอต้องการ
"What would you like, Beauty?" asked her father
"อยากได้อะไรคะคนสวย" พ่อของเธอถาม
"thank you, father, for the goodness to think of me," she said
"ขอบคุณคุณพ่อที่กรุณานึกถึงฉัน" เธอกล่าว
"father, be so kind as to bring me a rose"
"คุณพ่อ โปรดกรุณาเอาดอกกุหลาบมาให้ฉันด้วยเถิด"
"because no roses grow here in the garden"
"เพราะที่นี่ไม่มีกุหลาบขึ้นในสวน"
"and roses are a kind of rarity"
"และดอกกุหลาบก็เป็นของหายากชนิดหนึ่ง"
Beauty didn't really care for roses
ความงามไม่ได้สนใจดอกกุหลาบจริงๆ
she only asked for something not to condemn her sisters
เธอขอเพียงบางอย่างไม่ให้ตำหนิพี่สาวของเธอ
but her sisters thought she asked for roses for other reasons

แต่พี่สาวของเธอคิดว่าเธอขอดอกกุหลาบเพราะเหตุผลอื่น
"she did it just to look particular"
"เธอทำแบบนั้นเพียงเพื่อให้ดูพิเศษ"
The kind man went on his journey
ชายผู้ใจดีได้ออกเดินทาง
but when he arrived they argued about the merchandise
แต่พอเขามาถึงก็ทะเลาะกันเรื่องสินค้า
and after a lot of trouble he came back as poor as before
และหลังจากผ่านความยากลำบากมากมายเขาก็กลับมาจนเหมือนเดิม
he was within a couple of hours of his own house
เขาอยู่ห่างจากบ้านของเขาเองเพียงไม่กี่ชั่วโมง
and he already imagined the joy of seeing his children
และเขาจินตนาการถึงความสุขในการได้เห็นลูกๆ ของเขาแล้ว
but when going through forest he got lost
แต่พอผ่านป่าไปก็หลงทาง
it rained and snowed terribly
ฝนตกและหิมะตกหนักมาก
the wind was so strong it threw him off his horse
ลมแรงมากจนเขากระเด็นตกจากหลังม้า
and night was coming quickly
และกลางคืนก็มาถึงอย่างรวดเร็ว
he began to think that he might starve
เขาเริ่มคิดว่าเขาอาจจะอดอาหาร
and he thought that he might freeze to death
และเขาคิดว่าเขาอาจจะตายด้วยความหนาวตาย
and he thought wolves may eat him

และเขาคิดว่าหมาป่าอาจกินเขา
the wolves that he heard howling all round him
หมาป่าที่เขาได้ยินหอนอยู่รอบตัวเขา
but all of a sudden he saw a light
แต่ทันใดนั้นเขาก็เห็นแสงสว่าง
he saw the light at a distance through the trees
เขาเห็นแสงสว่างอยู่ไกลๆ ผ่านต้นไม้
when he got closer he saw the light was a palace
เมื่อเข้าไปใกล้ก็เห็นว่าแสงนั้นคือวัง
the palace was illuminated from top to bottom
พระราชวังได้รับการส่องสว่างจากบนลงล่าง
the merchant thanked God for his luck
พ่อค้าขอบคุณพระเจ้าสำหรับโชคของเขา
and he hurried to the palace
แล้วเขาก็รีบไปยังพระราชวัง
but he was surprised to see no people in the palace
แต่เขาแปลกใจที่ไม่เห็นคนอยู่ในวัง
the court yard was completely empty
ลานบ้านว่างเปล่าโดยสิ้นเชิง
and there was no sign of life anywhere
และไม่มีสัญญาณของสิ่งมีชีวิตอยู่เลย
his horse followed him into the palace
ม้าของเขาตามเขาเข้าไปในพระราชวัง
and then his horse found large stable
แล้วม้าของเขาก็พบคอกม้าใหญ่
the poor animal was almost famished
สัตว์ที่น่าสงสารนั้นเกือบจะอดอาหารตาย
so his horse went in to find hay and oats

ม้าของเขาจึงเข้าไปหาหญ้าแห้งและข้าวโอ๊ต

fortunately he found plenty to eat

โชคดีที่เขาพบอาหารมากมาย

and the merchant tied his horse up to the manger

และพ่อค้าก็ผูกม้าของตนไว้กับรางหญ้า

walking towards the house he saw no one

เดิน ไปทางบ้านไม่เห็นใครเลย

but in a large hall he found a good fire

แต่ในห้องโถงใหญ่เขาพบไฟที่ดี

and he found a table set for one

และเขาพบโต๊ะที่จัดไว้สำหรับหนึ่งคน

he was wet from the rain and snow

เขาเปียกจากฝนและหิมะ

so he went near the fire to dry himself

เขาจึงเข้าไปใกล้ไฟเพื่อเช็ดตัวให้แห้ง

"I hope the master of the house will excuse me"

"ผมหวังว่าเจ้าของบ้านคงจะยกโทษให้ผม"

"I suppose it won't take long for someone to appear"

"ฉันคิดว่าคงจะไม่นานเกินรอที่จะมีใครปรากฏตัว"

He waited a considerable time

เขาคอยอยู่นานพอสมควร

he waited until it struck eleven, and still nobody came

เขาคอยจนกระทั่งตีสิบเอ็ดก็ยังไม่มีใครมา

at last he was so hungry that he could wait no longer

ในที่สุดเขาก็หิวมากจนรอไม่ไหวอีกต่อไป

he took some chicken and ate it in two mouthfuls

เขาหยิบไก่มากินหมดภายในสองคำ

he was trembling while eating the food

เขาตัวสั่นขณะกินอาหาร
after this he drank a few glasses of wine
หลังจากนี้เขาก็ดื่มไวน์ไปสองสามแก้ว
growing more courageous he went out of the hall
เขาเริ่มกล้ามากขึ้นจึงเดินออกไปจากห้องโถง
and he crossed through several grand halls
และเขาเดินผ่านห้องโถงใหญ่หลายห้อง
he walked through the palace until he came into a chamber
เขาเดินผ่านพระราชวังจนมาถึงห้องหนึ่ง
a chamber which had an exceeding good bed in it
ห้องที่มีเตียงอันดีอย่างยิ่งอยู่ภายใน
he was very much fatigued from his ordeal
เขาเหนื่อยมากจากการทดสอบของเขา
and the time was already past midnight
และเวลาก็เลยเที่ยงคืนไปแล้ว
so he decided it was best to shut the door
เขาจึงตัดสินใจว่าควรจะปิดประตูเสียดีกว่า
and he concluded he should go to bed
แล้วเขาก็สรุปว่าเขาควรจะเข้านอน
It was ten in the morning when the merchant woke up
เป็นเวลาสิบโมงเช้าพ่อค้าจึงตื่นนอน
just as he was going to rise he saw something
ขณะที่เขาจะลุกขึ้นก็เห็นบางอย่าง
he was astonished to see a clean set of clothes
เขาประหลาดใจเมื่อเห็นชุดเสื้อผ้าสะอาดหมดจด
in the place where he had left his dirty clothes
ในสถานที่ที่เขาทิ้งเสื้อผ้าสกปรกของเขาไว้
"certainly this palace belongs to some kind fairy"

"พระราชวังแห่งนี้ต้องเป็นของนางฟ้าบางชนิดแน่ๆ"
"a fairy who has seen and pitied me"
" นางฟ้า ที่ได้เห็นและสงสารฉัน"
he looked through a window
เขามองผ่านหน้าต่าง
but instead of snow he saw the most delightful garden
แต่แทนที่จะเห็นหิมะเขากลับเห็นสวนที่น่ารื่นรมย์ที่สุด
and in the garden were the most beautiful roses
และในสวนก็มีดอกกุหลาบที่สวยงามที่สุด
he then returned to the great hall
จากนั้นเขาก็กลับเข้าสู่ห้องโถงใหญ่
the hall where he had had soup the night before
ห้องโถงที่เขาเคยกินซุปเมื่อคืนก่อน
and he found some chocolate on a little table
และเขาพบช็อคโกแลตบนโต๊ะเล็กๆ
"Thank you, good Madam Fairy," he said aloud
"ขอบคุณนะท่านหญิงนางฟ้าผู้แสนดี" เขาพูดออกมาดังๆ
"thank you for being so caring"
"ขอบคุณที่คอยห่วงใย"
"I am extremely obliged to you for all your favours"
"ผมรู้สึกขอบคุณคุณมากสำหรับความโปรดปรานทั้งหมดของคุณ
"

the kind man drank his chocolate
ผู้ชายที่ใจดีดื่มช็อคโกแลตของเขา
and then he went to look for his horse
แล้วเขาก็ไปหาม้าของเขา
but in the garden he remembered Beauty's request

แต่ในสวนเขาจำคำขอของความงามได้
and he cut off a branch of roses
และเขาตัดกิ่งกุหลาบออกไป
immediately he heard a great noise
ทันใดนั้นเขาก็ได้ยินเสียงดังมาก
and he saw a terribly frightful Beast
และเขาได้เห็นสัตว์ร้ายที่น่ากลัวมาก
he was so scared that he was ready to faint
เขาตกใจมากจนแทบจะเป็นลม
"You are very ungrateful," said the Beast to him
"เจ้าช่างเนรคุณยิ่งนัก" สัตว์ร้ายกล่าวกับเขา
and the Beast spoke in a terrible voice
และสัตว์ร้ายนั้นก็พูดด้วยน้ำเสียงที่น่ากลัว
"I have saved your life by allowing you into my castle"
"ฉันช่วยชีวิตคุณไว้ด้วยการยอมให้คุณเข้ามาในปราสาทของฉัน"
"and for this you steal my roses in return?"
"แล้วคุณก็ขโมยดอกกุหลาบของฉันไปเพื่อแลกกับสิ่งนี้เหรอ?"
"The roses which I value beyond anything"
"ดอกกุหลาบที่ฉันให้ความสำคัญเหนือสิ่งอื่นใด"
"but you shall die for what you've done"
"แต่เจ้าจะต้องตายเพราะสิ่งที่เจ้าทำ"
"I give you but a quarter of an hour to prepare yourself"
"ฉันให้เวลาคุณเตรียมตัวเพียง 15 นาทีเท่านั้น"
"get yourself ready for death and say your prayers"
"เตรียมตัวให้พร้อมสำหรับความตายและสวดมนต์ภาวนา"
the merchant fell on his knees
พ่อค้าก็คุกเข่าลง

and he lifted up both his hands
และเขาก็ยกมือทั้งสองขึ้น

"My lord, I beseech you to forgive me"
"ท่านลอร์ด ข้าพเจ้าขอวิงวอนท่านโปรดยกโทษให้แก่ข้าพเจ้าด้วย"

"I had no intention of offending you"
"ฉันไม่มีเจตนาจะทำให้คุณขุ่นเคือง"

"I gathered a rose for one of my daughters"
"ฉันเก็บดอกกุหลาบมาฝากลูกสาวคนหนึ่งของฉัน"

"she asked me to bring her a rose"
"เธอขอให้ฉันนำดอกกุหลาบไปให้เธอ"

"I am not your lord, but I am a Beast," replied the monster
"ฉันไม่ใช่เจ้านายของคุณ แต่ฉันเป็นสัตว์ร้าย" สัตว์ประหลาดตอบ

"I don't love compliments"
"ฉันไม่ชอบคำชม"

"I like people who speak as they think"
"ผมชอบคนที่พูดตามความคิด"

"do not imagine I can be moved by flattery"
"อย่าคิดว่าฉันจะสะเทือนใจได้เพราะคำเยินยอ"

"But you say you have got daughters"
"แต่คุณบอกว่าคุณมีลูกสาว"

"I will forgive you on one condition"
"ฉันจะให้อภัยคุณ แต่มีเงื่อนไขข้อหนึ่ง"

"one of your daughters must come to my palace willingly"
"ลูกสาวของคุณคนหนึ่งจะต้องมาที่วังของฉันโดยเต็มใจ"

"and she must suffer for you"

"และเธอจะต้องทนทุกข์เพื่อคุณ"

"Let me have your word"

"ให้ฉันได้พูดคำของคุณ"

"and then you can go about your business"

"แล้วคุณก็สามารถดำเนินกิจการของคุณต่อไปได้"

"Promise me this:"

"สัญญากับฉันสิว่า:"

"if your daughter refuses to die for you, you must return within three months"

"ถ้าลูกสาวคุณไม่ยอมตายแทนคุณ คุณต้องกลับมาภายในสามเดือน"

the merchant had no intentions to sacrifice his daughters

พ่อค้าไม่มีเจตนาที่จะเสียสละลูกสาวของตน

but, since he was given time, he wanted to see his daughters once more

แต่เนื่องจากเขาได้รับเวลาจึงอยากพบลูกสาวอีกครั้ง

so he promised he would return

เขาจึงสัญญาว่าจะกลับมา

and the Beast told him he might set out when he pleased

และสัตว์ร้ายนั้นบอกเขาว่าเขาสามารถออกเดินทางได้เมื่อใดก็ได้ตามที่เขาต้องการ

and the Beast told him one more thing

และสัตว์ร้ายก็บอกเขาอีกเรื่องหนึ่ง

"you shall not depart empty handed"

"ท่านจะต้องไม่จากไปมือเปล่า"

"go back to the room where you lay"

"กลับไปยังห้องที่คุณนอนอยู่"

"you will see a great empty treasure chest"
"คุณจะเห็นหีบสมบัติว่างเปล่าขนาดใหญ่"
"fill the treasure chest with whatever you like best"
"เติมหีบสมบัติด้วยสิ่งที่คุณชอบที่สุด"
"and I will send the treasure chest to your home"
"แล้วฉันจะส่งหีบสมบัติไปที่บ้านของคุณ"
and at the same time the Beast withdrew
และในเวลาเดียวกันนั้นสัตว์ร้ายก็ถอยกลับไป
"Well," said the good man to himself
"เอาล่ะ" ชายผู้ดีพูดกับตัวเอง
"if I must die, I shall at least leave something to my children"
"หากฉันต้องตาย ฉันคงทิ้งบางสิ่งบางอย่างไว้ให้ลูกหลานบ้าง"
so he returned to the bedchamber
แล้วเขาก็กลับเข้าไปในห้องนอน
and he found a great many pieces of gold
และเขาพบเศษทองคำจำนวนมากมาย
he filled the treasure chest the Beast had mentioned
เขาเติมหีบสมบัติที่สัตว์ร้ายได้กล่าวถึง
and he took his horse out of the stable
แล้วเขาก็เอาม้าของเขาออกจากคอก
the joy he felt when entering the palace was now equal to the grief he felt leaving it
ความสุขที่เขารู้สึกเมื่อเข้าไปในพระราชวังตอนนี้ก็เท่ากับความเศร้าที่เขารู้สึกเมื่อออกจากพระราชวังไปแล้ว
the horse took one of the roads of the forest
ม้าเดินไปตามทางหนึ่งในป่า
and in a few hours the good man was home

และอีกไม่กี่ชั่วโมงชายดีก็กลับบ้าน
his children came to him
ลูกๆ ของเขามาหาเขา
but instead of receiving their embraces with pleasure, he looked at them
แต่แทนที่จะรับการกอดด้วยความยินดี เขากลับมองดูพวกเขา
he held up the branch he had in his hands
เขาชูกิ่งไม้ที่อยู่ในมือขึ้นมา
and then he burst into tears
แล้วเขาก็เริ่มร้องไห้ออกมา
"Beauty," he said, "please take these roses"
"สวยจัง" เขากล่าว "โปรดรับดอกกุหลาบเหล่านี้ไป"
"you can't know how costly these roses have been"
"คุณคงไม่รู้หรอกว่าดอกกุหลาบเหล่านี้มีราคาแพงขนาดไหน"
"these roses have cost your father his life"
"ดอกกุหลาบเหล่านี้ทำให้พ่อของคุณต้องเสียชีวิต"
and then he told of his fatal adventure
แล้วเขาก็เล่าถึงการผจญภัยอันเลวร้ายของเขา
immediately the two eldest sisters cried out
พี่สาวคนโตทั้งสองก็ร้องตะโกนออกมาทันที
and they said many mean things to their beautiful sister
และพวกเขาก็พูดจาไม่ดีกับน้องสาวคนสวยของพวกเขามากมาย
but Beauty did not cry at all
แต่ความงามกลับไม่ร้องให้เลย
"Look at the pride of that little wretch," said they
"ดูความภูมิใจของเด็กน้อยผู้น่าสงสารคนนั้นสิ" พวกเขาพูด
"she did not ask for fine clothes"

"เธอไม่ได้ขอเสื้อผ้าดีๆ"

"she should have done what we did"

"เธอควรทำเหมือนกับที่เราทำ"

"she wanted to distinguish herself"

"เธอต้องการที่จะทำให้ตัวเองแตกต่าง"

"so now she will be the death of our father"

"ดังนั้นตอนนี้เธอคงเป็นความตายของพ่อของเรา"

"and yet she does not shed a tear"

"แต่นางก็ไม่หลั่งน้ำตา"

"Why should I cry?" answered Beauty

"ทำไมฉันต้องร้องไห้" บิวตี้ตอบ

"crying would be very needless"

"การร้องไห้คงไม่จำเป็นเลย"

"my father will not suffer for me"

"พ่อของฉันจะไม่ทนทุกข์แทนฉัน"

"the monster will accept of one of his daughters"

"เจ้าสัตว์ประหลาดจะยอมรับลูกสาวคนหนึ่งของมัน"

"I will offer myself up to all his fury"

"ฉันจะยอมมอบตัวต่อความโกรธเกรี้ยวของเขา"

"I am very happy, because my death will save my father's life"

"ผมดีใจมากเพราะการตายของผมจะช่วยชีวิตพ่อไว้ได้"

"my death will be a proof of my love"

"ความตายของฉันจะเป็นเครื่องพิสูจน์ความรักของฉัน"

"No, sister," said her three brothers

"ไม่หรอกพี่สาว" พี่ชายทั้งสามของเธอกล่าว

"that shall not be"

"นั่นจะไม่เกิดขึ้น"
"we will go find the monster"
"เราจะไปตามหาสัตว์ประหลาดนั้น"
"and either we will kill him..."
"แล้วเราจะฆ่าเขาหรือเปล่า..."
"... or we will perish in the attempt"
"...หรือเราจะพินาศเพราะการพยายามนี้"
"Do not imagine any such thing, my sons," said the merchant
"อย่าคิดเรื่องแบบนั้นเลยลูก" พ่อค้ากล่าว
"the Beast's power is so great that I have no hope you could overcome him"
"พลังของสัตว์ร้ายนั้นยิ่งใหญ่มากจนข้าไม่มีความหวังว่าเจ้าจะเอาชนะมันได้"
"I am charmed with Beauty's kind and generous offer"
"ผมหลงใหลในความงามอันแสนดีและเอื้อเฟื้อเผื่อแผ่"
"but I cannot accept to her generosity"
"แต่ฉันไม่สามารถยอมรับความเอื้อเฟื้อของเธอได้"
"I am old, and I don't have long to live"
"ฉันแก่แล้ว และคงอยู่ได้ไม่นาน"
"so I can only loose a few years"
"ฉันจึงสูญเสียเวลาไปเพียงไม่กี่ปีเท่านั้น"
"time which I regret for you, my dear children"
"เวลาที่แม่เสียใจแทนลูกๆ ของแม่"
"But father," said Beauty
"แต่คุณพ่อ" นางงามกล่าว
"you shall not go to the palace without me"

"เจ้าจะเข้าพระราชวังไม่ได้ถ้าไม่มีข้า"

"you cannot stop me from following you"

"คุณไม่สามารถหยุดฉันจากการติดตามคุณได้"

nothing could convince Beauty otherwise

ไม่มีสิ่งใดสามารถโน้มน้าวใจความงามได้

she insisted on going to the fine palace

นางยืนกรานจะไปพระราชวังอันวิจิตรงดงาม

and her sisters were delighted at her insistence

และพี่สาวของเธอก็ดีใจกับความยืนกรานของเธอ

The merchant was worried at the thought of losing his daughter

พ่อค้าเกิดความวิตกกังวลเมื่อคิดว่าจะต้องสูญเสียลูกสาวไป

he was so worried that he had forgotten about the chest full of gold

เขากังวลมากจนลืมไปว่ามีหีบที่เต็มไปด้วยทองอยู่

at night he retired to rest, and he shut his chamber door

ในเวลากลางคืนเขาเข้านอนและปิดประตูห้องของเขา

then, to his great astonishment, he found the treasure by his bedside

แล้วเขาก็พบสมบัติอยู่ข้างเตียงของเขาด้วยความประหลาดใจอย่างยิ่ง

he was determined not to tell his children

เขาตั้งใจที่จะไม่บอกลูกๆ ของเขา

if they knew, they would have wanted to return to town

ถ้าพวกเขารู้พวกเขาคงอยากกลับเมืองไปแล้ว

and he was resolved not to leave the countryside

และเขาตั้งใจว่าจะไม่ออกจากชนบทไป

but he trusted Beauty with the secret

แต่เขาฝากความงามไว้กับความลับ
she informed him that two gentlemen had came
เธอแจ้งให้เขาทราบว่ามีสุภาพบุรุษสองคนมา
and they made proposals to her sisters
และพวกเขาก็ขอแต่งงานกับน้องสาวของเธอ
she begged her father to consent to their marriage
เธอได้ขอร้องพ่อของเธอให้ยินยอมให้การแต่งงานของพวกเขา
and she asked him to give them some of his fortune
และเธอขอให้เขาแบ่งทรัพย์สมบัติของเขาให้พวกเขาบ้าง
she had already forgiven them
เธอได้ให้อภัยพวกเขาไปแล้ว
the wicked creatures rubbed their eyes with onions
พวกสัตว์ร้ายขยี้ตาด้วยหัวหอม
to force some tears when they parted with their sister
ต้องหลั่งน้ำตาเมื่อต้องแยกทางกับน้องสาว
but her brothers really were concerned
แต่พี่ชายของเธอเป็นห่วงจริงๆ
Beauty was the only one who did not shed any tears
ความงามเป็นสิ่งเดียวที่ไม่หลั่งน้ำตา
she did not want to increase their uneasiness
เธอไม่ต้องการให้พวกเขารู้สึกไม่สบายใจเพิ่มมากขึ้น
the horse took the direct road to the palace
ม้าเดินไปตามทางตรงไปยังพระราชวัง
and towards evening they saw the illuminated palace
และเมื่อใกล้ค่ำก็มองเห็นพระราชวังสว่างไสว
the horse took himself into the stable again
ม้าก็พาตัวเองกลับเข้าคอกอีกครั้ง
and the good man and his daughter went into the great hall

และชายดีและลูกสาวของเขาเข้าไปในห้องโถงใหญ่
here they found a table splendidly served up
ที่นี่พวกเขาพบโต๊ะที่จัดเสิร์ฟไว้อย่างงดงาม
the merchant had no appetite to eat
พ่อค้าไม่มีความอยากอาหารที่จะกิน
but Beauty endeavoured to appear cheerful
แต่ความงามพยายามที่จะปรากฏให้ปรากฏเป็นความร่าเริง
she sat down at the table and helped her father
เธอนั่งลงที่โต๊ะและช่วยพ่อของเธอ
but she also thought to herself:
แต่เธอเองก็คิดกับตัวเองว่า:
"Beast surely wants to fatten me before he eats me"
"เจ้าสัตว์ร้ายนั่นคงจะอยากทำให้ฉันอ้วนก่อนที่มันจะกินฉัน"
"that is why he provides such plentiful entertainment"
"นั่นคือเหตุผลว่าทำไมเขาจึงให้ความบันเทิงได้มากมายเช่นนี้"
after they had eaten they heard a great noise
หลังจากที่พวกเขากินเสร็จก็ได้ยินเสียงดังมาก
and the merchant bid his unfortunate child farewell, with tears in his eyes
และพ่อค้าก็กล่าวอำลาลูกสาวผู้เคราะห์ร้ายของเขาด้วยน้ำตาคลอเบ้า
because he knew the Beast was coming
เพราะเขารู้ว่าสัตว์ร้ายกำลังจะมา
Beauty was terrified at his horrid form
นางงามตกใจกลัวรูปร่างอันน่าสะพรึงกลัวของเขา
but she took courage as well as she could
แต่เธอก็ใช้ความกล้าหาญเท่าที่เธอสามารถทำได้
and the monster asked her if she came willingly

และเจ้าสัตว์ประหลาดก็ถามเธอว่าเธอมาเต็มใจหรือเปล่า
"yes, I have come willingly," she said trembling
"ใช่ ฉันมาด้วยความเต็มใจ" เธอกล่าวด้วยเสียงสั่นเทา
the Beast responded, "You are very good"
สัตว์ร้ายตอบว่า "คุณเก่งมาก"
"and I am greatly obliged to you; honest man"
"และฉันก็ขอบคุณคุณมากนะ คุณคนซื่อสัตย์"
"go your ways tomorrow morning"
"พรุ่งนี้เช้าคุณไปตามทางของคุณ"
"but never think of coming here again"
"แต่ไม่เคยคิดที่จะมาที่นี่อีก"
"Farewell Beauty, farewell Beast," he answered
"ลาก่อนนะเจ้าคนสวย ลาก่อนเจ้าสัตว์ร้าย" เขาตอบ
and immediately the monster withdrew
และทันใดนั้นเจ้าสัตว์ประหลาดก็ถอยกลับไป
"Oh, daughter," said the merchant
"โอ้ลูกสาว" พ่อค้ากล่าว
and he embraced his daughter once more
และเขาก็กอดลูกสาวของเขาอีกครั้ง
"I am almost frightened to death"
"ผมแทบจะกลัวตายเลย"
"believe me, you had better go back"
"เชื่อฉันเถอะ คุณควรกลับไปดีกว่า"
"let me stay here, instead of you"
"ให้ฉันอยู่ที่นี่แทนคุณ"
"No, father," said Beauty, in a resolute tone
"ไม่หรอกพ่อ" นางงามกล่าวด้วยน้ำเสียงเด็ดขาด

"you shall set out tomorrow morning"
"ท่านจะต้องออกเดินทางพรุ่งนี้เช้า"
"leave me to the care and protection of providence"
"ปล่อยให้ฉันอยู่ภายใต้การดูแลและคุ้มครองของพระผู้เป็นเจ้า"
nonetheless they went to bed
ถึงกระนั้นพวกเขาก็เข้านอน
they thought they would not close their eyes all night
พวกเขาคิดว่าพวกเขาจะไม่หลับตาตลอดทั้งคืน
but just as they lay down they slept
แต่พอพวกเขานอนลงก็หลับไป
Beauty dreamed a fine lady came and said to her:
นางงามฝันเห็นหญิงงามคนหนึ่งมาพูดกับนางว่า
"I am content, Beauty, with your good will"
"ฉันพอใจในความปรารถนาดีของคุณนะคนสวย"
"this good action of yours shall not go unrewarded"
"ความดีของท่านนี้จะไม่สูญเปล่า"
Beauty waked and told her father her dream
นางงามตื่นมาเล่าความฝันให้พ่อฟัง
the dream helped to comfort him a little
ความฝันนั้นช่วยทำให้เขาสบายใจขึ้นบ้างเล็กน้อย
but he could not help crying bitterly as he was leaving
แต่เขาอดไม่ได้ที่จะร้องไห้ด้วยความขมขื่นขณะที่เขากำลังจะจากไป
as soon as he was gone, Beauty sat down in the great hall and cried too
พอเขาไปแล้ว นางงามก็นั่งลงในห้องโถงใหญ่แล้วร้องไห้ด้วย
but she resolved not to be uneasy
แต่เธอตั้งใจว่าจะไม่กังวล

she decided to be strong for the little time she had left to live
เธอตัดสินใจที่จะเข้มแข็งเพื่อช่วงเวลาอันสั้นที่เธอเหลืออยู่
because she firmly believed the Beast would eat her
เพราะเธอเชื่อมั่นว่าสัตว์ร้ายจะกินเธอ
however, she thought she might as well explore the palace
อย่างไรก็ตามเธอคิดว่าเธออาจจะสำรวจพระราชวังก็ได้
and she wanted to view the fine castle
และนางก็อยากชมปราสาทอันสวยงาม
a castle which she could not help admiring
ปราสาทที่เธอไม่อาจละสายตาไปชื่นชม
it was a delightfully pleasant palace
เป็นพระราชวังที่น่ารื่นรมย์มาก
and she was extremely surprised at seeing a door
และเธอก็แปลกใจมากเมื่อเห็นประตู
and over the door was written that it was her room
และเหนือประตูก็เขียนไว้ว่าเป็นห้องของเธอ
she opened the door hastily
เธอเปิดประตูอย่างรีบเร่ง
and she was quite dazzled with the magnificence of the room
และเธอก็ตะลึงกับความอลังการของห้องนั้นมาก
what chiefly took up her attention was a large library
สิ่งที่ดึงดูดความสนใจของเธอมากที่สุดคือห้องสมุดขนาดใหญ่
a harpsichord and several music books
ฮาร์ปซิคอร์ดและหนังสือเพลงหลายเล่ม
"Well," said she to herself
"เอาล่ะ" เธอพูดกับตัวเอง
"I see the Beast will not let my time hang heavy"

"ฉันเห็นว่าสัตว์ร้ายจะไม่ปล่อยให้เวลาของฉันหนักเกินไป"
then she reflected to herself about her situation
แล้วเธอก็ทบทวนถึงสถานการณ์ของเธอ
"If I was meant to stay a day all this would not be here"
"ถ้าฉันถูกกำหนดให้อยู่ที่นี่สักวัน ทั้งหมดนี้คงไม่เกิดขึ้น"
this consideration inspired her with fresh courage
การพิจารณาเรื่องนี้ทำให้เธอมีกำลังใจใหม่
and she took a book from her new library
และเธอก็หยิบหนังสือจากห้องสมุดใหม่ของเธอ
and she read these words in golden letters:
และเธออ่านคำเหล่านี้ด้วยตัวอักษรสีทอง:
"Welcome Beauty, banish fear"
"ยินดีต้อนรับความงาม ขจัดความกลัวออกไป"
"You are queen and mistress here"
"คุณเป็นราชินีและเจ้านายที่นี่"
"Speak your wishes, speak your will"
"พูดความปรารถนาของคุณ พูดเจตจำนงของคุณ"
"Swift obedience meets your wishes here"
"การเชื่อฟังอย่างรวดเร็วจะตอบสนองความปรารถนาของคุณที่นี่"

"Alas," said she, with a sigh
"อนิจจา" เธอกล่าวด้วยเสียงถอนหายใจ
"Most of all I wish to see my poor father"
"ฉันปรารถนาอย่างยิ่งที่จะได้เห็นพ่อที่น่าสงสารของฉัน"
"and I would like to know what he is doing"
"และฉันอยากรู้ว่าเขาทำอะไรอยู่"
As soon as she had said this she noticed the mirror

เมื่อเธอพูดจบเธอก็สังเกตเห็นกระจก
to her great amazement she saw her own home in the mirror
เธอประหลาดใจมากที่เห็นบ้านของตัวเองในกระจก
her father arrived emotionally exhausted
พ่อของเธอมาถึงในสภาพเหนื่อยล้าทางอารมณ์
her sisters went to meet him
พี่สาวของเธอไปพบเขา
despite their attempts to appear sorrowful, their joy was visible
แม้จะพยายามแสดงอาการเศร้าโศก แต่ความสุขกลับปรากฏชัด
a moment later everything disappeared
สักครู่ต่อมาทุกอย่างก็หายไป
and Beauty's apprehensions disappeared too
และความวิตกกังวลของความงามก็หายไปด้วย
for she knew she could trust the Beast
เพราะเธอรู้ว่าเธอสามารถไว้ใจสัตว์ร้ายนั้นได้
At noon she found dinner ready
เมื่อเที่ยงเธอก็พบว่าอาหารเย็นเสร็จแล้ว
she sat herself down at the table
เธอนั่งลงที่โต๊ะ
and she was entertained with a concert of music
และเธอได้รับความบันเทิงด้วยการแสดงดนตรี
although she couldn't see anybody
แม้ว่าเธอไม่สามารถมองเห็นใครเลย
at night she sat down for supper again
ตอนกลางคืนเธอก็มานั่งกินข้าวเย็นอีก
this time she heard the noise the Beast made
คราวนี้เธอได้ยินเสียงสัตว์ร้ายร้องออกมา

and she could not help being terrified
และเธอก็อดไม่ได้ที่จะหวาดกลัว

"Beauty," said the monster
"ความงาม" เจ้าสัตว์ประหลาดกล่าว

"do you allow me to eat with you?"
"คุณอนุญาตให้ฉันกินข้าวกับคุณได้ไหม"

"do as you please," Beauty answered trembling
"ทำตามที่เธอพอใจ" ความงามตอบด้วยเสียงสั่นเทา

"No," replied the Beast
"ไม่" สัตว์ร้ายตอบ

"you alone are mistress here"
"คุณเป็นเจ้านายคนเดียวที่นี่"

"you can send me away if I'm troublesome"
"ถ้าฉันสร้างปัญหา คุณสามารถส่งฉันไปได้"

"send me away and I will immediately withdraw"
"ส่งฉันไปเถอะ ฉันจะถอนตัวทันที"

"But, tell me; do you not think I am very ugly?"
"แต่บอกฉันหน่อยสิว่าคุณไม่คิดว่าฉันน่าเกลียดเลยหรือ?"

"That is true," said Beauty
"นั่นเป็นเรื่องจริง" นางงามกล่าว

"I cannot tell a lie"
"ฉันไม่สามารถโกหกได้"

"but I believe you are very good natured"
"แต่ฉันเชื่อว่าคุณเป็นคนดีมาก"

"I am indeed," said the monster
"ฉันเป็นเช่นนั้นจริงๆ" สัตว์ประหลาดกล่าว

"But apart from my ugliness, I also have no sense"

"แต่ถึงแม้ฉันจะน่าเกลียดแค่ไหน ฉันก็ไม่มีความรู้สึกเช่นกัน"
"I know very well that I am a silly creature"
"ฉันรู้ดีว่าฉันเป็นสิ่งมีชีวิตที่โง่เขลา"
"It is no sign of folly to think so," replied Beauty
"การคิดเช่นนั้นไม่ใช่สัญญาณของความโง่เขลา" นางงามตอบ
"Eat then, Beauty," said the monster
"กินซะนะคนสวย" สัตว์ประหลาดกล่าว
"try to amuse yourself in your palace"
"พยายามหาความสนุกสนานในวังของคุณ"
"everything here is yours"
"ทุกสิ่งทุกอย่างที่นี่คือของคุณ"
"and I would be very uneasy if you were not happy"
"และฉันคงจะรู้สึกไม่สบายใจมาก หากคุณไม่มีความสุข"
"You are very obliging," answered Beauty
"คุณมีน้ำใจมาก" นางงามตอบ
"I admit I am pleased with your kindness"
"ข้าพเจ้ายอมรับว่าข้าพเจ้าพอใจในความกรุณาของท่าน"
"and when I consider your kindness, I hardly notice your deformities"
"และเมื่อฉันคิดถึงความกรุณาของคุณ

ฉันแทบจะไม่สังเกตเห็นความผิดปกติของคุณเลย"
"Yes, yes," said the Beast, "my heart is good
"ใช่ ใช่" สัตว์ร้ายกล่าว "ใจของฉันดี
"but although I am good, I am still a monster"
"ถึงแม้ฉันจะเป็นคนดี แต่ฉันก็ยังเป็นสัตว์ประหลาดอยู่ดี"
"There are many men that deserve that name more than you"

"มีผู้ชายหลายคนที่คู่ควรกับชื่อนั้นมากกว่าคุณ"

"and I prefer you just as you are"

"และฉันก็ชอบคุณอย่างที่คุณเป็น"

"and I prefer you more than those who hide an ungrateful heart"

"และฉันชอบคุณมากกว่าคนเหล่านั้นที่ซ่อนหัวใจที่ไม่รู้จักบุญคุณ"

"if only I had some sense," replied the Beast

"ถ้าเพียงแต่ข้าพเจ้ามีสติบ้าง" สัตว์ร้ายตอบ

"if I had sense I would make a fine compliment to thank you"

"ถ้าฉันมีสติ ฉันจะกล่าวคำขอบคุณคุณด้วยความยินดี"

"but I am so dull"

"แต่ฉันโง่จังเลย"

"I can only say I am greatly obliged to you"

"ผมพูดได้เพียงว่าผมรู้สึกซาบซึ้งต่อคุณมาก"

Beauty ate a hearty supper

สาวงามรับประทานอาหารเย็นอย่างอิ่มหนำ

and she had almost conquered her dread of the monster

และเธอก็เกือบจะเอาชนะความกลัวสัตว์ประหลาดนั้นได้แล้ว

but she wanted to faint when the Beast asked her the next question

แต่เธออยากจะหมดสติเมื่อสัตว์ร้ายถามคำถามต่อไปกับเธอ

"Beauty, will you be my wife?"

"สวยจัง คุณจะเป็นภรรยาของฉันไหม"

she took some time before she could answer

เธอใช้เวลาสักพักก่อนที่จะตอบได้

because she was afraid of making him angry

เพราะเธอเกรงจะทำให้เขาโกรธ
at last, however, she said "no, Beast"
แต่สุดท้ายเธอก็บอกว่า "ไม่นะ เจ้าสัตว์ร้าย"
immediately the poor monster hissed very frightfully
ทันใดนั้นสัตว์ประหลาดที่น่าสงสารก็ขู่ฟ่ออย่างน่ากลัวมาก
and the whole palace echoed
และทั้งพระราชวังก็ส่งเสียงดังก้อง
but Beauty soon recovered from her fright
แต่นางงามก็หายจากความหวาดกลัวได้ในไม่ช้า
because Beast spoke again in a mournful voice
เพราะสัตว์ร้ายพูดอีกครั้งด้วยน้ำเสียงเศร้าโศก
"then farewell, Beauty"
"ลาก่อนนะคนสวย"
and he only turned back now and then
และเขาก็หันกลับมาบ้างเป็นครั้งคราว
to look at her as he went out
เพื่อดูเธอขณะที่เขาออกไป
now Beauty was alone again
ตอนนี้ความงามก็อยู่โดดเดี่ยวอีกครั้ง
she felt a great deal of compassion
เธอมีความรู้สึกสงสารมาก
"Alas, it is a thousand pities"
"น่าเสียดายเป็นพัน"
"anything so good natured should not be so ugly"
"สิ่งใดก็ตามที่มีนิสัยดีไม่ควรจะน่าเกลียดเช่นนี้"
Beauty spent three months very contentedly in the palace
นางงามได้อยู่พระราชวังอย่างสบายใจเป็นเวลา 3 เดือน

every evening the Beast paid her a visit
ทุกเย็นสัตว์ร้ายจะมาเยี่ยมเธอ

and they talked during supper
และพวกเขาก็พูดคุยกันระหว่างมื้อเย็น

they talked with common sense
พวกเขาพูดคุยกันด้วยสามัญสำนึก

but they didn't talk with what people call wittiness
แต่พวกเขาไม่ได้พูดในสิ่งที่คนเรียกว่ามีไหวพริบ

Beauty always discovered some valuable character in the Beast
ความงามมักจะค้นพบลักษณะอันล้ำค่าบางอย่างในตัวสัตว์ร้าย

and she had gotten used to his deformity
และเธอก็เคยชินกับความพิการของเขาแล้ว

she didn't dread the time of his visit anymore
เธอไม่กลัวเวลาที่เขามาเยี่ยมอีกต่อไป

now she often looked at her watch
ตอนนี้เธอดูนาฬิกาของเธอบ่อยๆ

and she couldn't wait for it to be nine o'clock
และเธอไม่สามารถรอจนเกือบเก้าโมงได้

because the Beast never missed coming at that hour
เพราะสัตว์ร้ายไม่เคยพลาดการมาในเวลานั้น

there was only one thing that concerned Beauty
มีสิ่งเดียวที่เกี่ยวข้องกับความสวยงาม

every night before she went to bed the Beast asked her the same question
ทุกคืนก่อนเข้านอน เจ้าสัตว์ร้ายจะถามคำถามเดิมกับเธอ

the monster asked her if she would be his wife
สัตว์ประหลาดถามเธอว่าเธอจะเป็นภรรยาของเขาหรือไม่

one day she said to him, "Beast, you make me very uneasy"

วันหนึ่งเธอกล่าวกับเขาว่า "เจ้าสัตว์ร้าย
เจ้าทำให้ฉันรู้สึกไม่สบายใจมาก"
"I wish I could consent to marry you"
"ฉันหวังว่าฉันจะยินยอมแต่งงานกับคุณได้"
"but I am too sincere to make you believe I would marry you"
"แต่ฉันจริงใจเกินกว่าที่จะทำให้คุณเชื่อว่าฉันจะแต่งงานกับคุณ"
"our marriage will never happen"
"การแต่งงานของเราจะไม่มีวันเกิดขึ้น"
"I shall always see you as a friend"
"ฉันจะมองคุณเป็นเพื่อนเสมอ"
"please try to be satisfied with this"
"โปรดพยายามพอใจกับสิ่งนี้"
"I must be satisfied with this," said the Beast
"ข้าพเจ้าจะต้องพอใจกับสิ่งนี้" สัตว์ร้ายกล่าว
"I know my own misfortune"
"ฉันรู้ถึงความโชคร้ายของฉันเอง"
"but I love you with the tenderest affection"
"แต่ฉันรักคุณด้วย ความรัก ที่อ่อนโยนที่สุด"
"However, I ought to consider myself as happy"
"อย่างไรก็ตาม ฉันควรจะถือว่าตัวเองมีความสุข"
"and I should be happy that you will stay here"
"และฉันก็ควรจะดีใจที่คุณจะอยู่ที่นี่"
"promise me never to leave me"
"สัญญากับฉันนะว่าจะไม่ทิ้งฉันไป"
Beauty blushed at these words

ความงามเขินอายเมื่อได้ยินคำพูดเหล่านี้

one day Beauty was looking in her mirror

วันหนึ่งนางงามกำลังมองกระจก

her father had worried himself sick for her

พ่อของเธอเองก็กังวลใจและเป็นห่วงเธอ

she longed to see him again more than ever

เธอปรารถนาที่จะพบเขาอีกครั้งมากกว่าที่เคย

"I could promise never to leave you entirely"

"ฉันสัญญาว่าจะไม่ทิ้งคุณไปเลย"

"but I have so great a desire to see my father"

"แต่ฉันมีความปรารถนาที่จะพบพ่อมาก"

"I would be impossibly upset if you say no"

"ฉันจะเสียใจมากหากคุณปฏิเสธ"

"I had rather die myself," said the monster

"ฉันอยากตายเสียเองมากกว่า" สัตว์ประหลาดกล่าว

"I would rather die than make you feel uneasiness"

"ฉันยอมตายดีกว่าที่จะทำให้คุณรู้สึกไม่สบายใจ"

"I will send you to your father"

"ฉันจะส่งคุณไปหาพ่อของคุณ"

"you shall remain with him"

"เจ้าจะต้องอยู่กับเขา"

"and this unfortunate Beast will die with grief instead"

"และสัตว์ร้ายตัวนี้จะตายด้วยความเศร้าโศกแทน"

"No," said Beauty, weeping

"ไม่" นางงามกล่าวพร้อมร้องไห้

"I love you too much to be the cause of your death"

"ฉันรักคุณมากเกินกว่าจะเป็นสาเหตุของความตายของคุณได้"

"I give you my promise to return in a week"
"ฉันสัญญาว่าจะกลับมาภายในหนึ่งสัปดาห์"
"You have shown me that my sisters are married"
"คุณได้แสดงให้ฉันเห็นว่าพี่สาวของฉันแต่งงานแล้ว"
"and my brothers have gone to the army"
"และพี่น้องของฉันได้ไปเข้ากองทัพ"
"let me stay a week with my father, as he is alone"
"ให้ฉันอยู่กับพ่อสักสัปดาห์หนึ่ง เพราะพ่ออยู่คนเดียว"
"You shall be there tomorrow morning," said the Beast
"พรุ่งนี้เช้าเจ้าจะไปถึงที่นั่น" สัตว์ร้ายกล่าว
"but remember your promise"
"แต่จงจำคำสัญญาของคุณไว้"
"You need only lay your ring on a table before you go to bed"
"คุณเพียงแค่ต้องวางแหวนของคุณไว้บนโต๊ะก่อนเข้านอน"
"and then you will be brought back before the morning"
"แล้วเจ้าก็จะถูกนำกลับมาให้ทันก่อนรุ่งเช้า"
"Farewell dear Beauty," sighed the Beast
"ลาก่อนนะที่รัก" สัตว์ร้ายถอนหายใจ
Beauty went to bed very sad that night
คืนนั้นนางงามเข้านอนด้วยความเศร้าใจมาก
because she didn't want to see Beast so worried
เพราะเธอไม่อยากเห็นสัตว์ร้ายเป็นกังวลมากขนาดนั้น
the next morning she found herself at her father's home
เช้าวันรุ่งขึ้นเธอก็พบว่าตัวเองอยู่ที่บ้านของพ่อของเธอ
she rung a little bell by her bedside
เธอไปตีระฆังเล็กๆ ข้างเตียงของเธอ

and the maid gave a loud shriek
และสาวใช้ก็กรี๊ดเสียงดัง

and her father ran upstairs
และพ่อของเธอก็วิ่งขึ้นไปชั้นบน

he thought he was going to die with joy
เขาคิดว่าเขาจะตายด้วยความยินดี

he held her in his arms for quarter of an hour
เขาอุ้มเธอไว้ในอ้อมแขนนานถึงหนึ่งในสี่ของชั่วโมง

eventually the first greetings were over
ในที่สุดคำทักทายแรกก็ผ่านไป

Beauty began to think of getting out of bed
สาวสวยเริ่มคิดที่จะลุกออกจากเตียง

but she realized she had brought no clothes
แต่เธอรู้ตัวว่าเธอไม่ได้นำเสื้อผ้ามาเลย

but the maid told her she had found a box
แต่สาวใช้บอกว่าเธอพบกล่องใบหนึ่ง

the large trunk was full of gowns and dresses
หีบใหญ่เต็มไปด้วยชุดราตรีและชุดเดรส

each gown was covered with gold and diamonds
ชุดแต่ละชุดถูกประดับด้วยทองและเพชร

Beauty thanked Beast for his kind care
นางงามขอบคุณบีสท์สำหรับการดูแลอันแสนดีของเขา

and she took one of the plainest of the dresses
และเธอหยิบชุดหนึ่งที่เรียบง่ายที่สุด

she intended to give the other dresses to her sisters
เธอตั้งใจจะมอบชุดอื่น ๆ ให้กับน้องสาวของเธอ

but at that thought the chest of clothes disappeared
แต่เมื่อคิดเช่นนั้นหีบเสื้อผ้าก็หายไป

Beast had insisted the clothes were for her only
สัตว์ร้ายยืนกรานว่าเสื้อผ้าเหล่านี้มีไว้สำหรับเธอเท่านั้น
her father told her that this was the case
พ่อของเธอบอกกับเธอว่านี่คือกรณีนั้น
and immediately the trunk of clothes came back again
แล้วทันใดนั้นหีบผ้าก็กลับมาอีกครั้ง
Beauty dressed herself with her new clothes
นางงามแต่งตัวด้วยเสื้อผ้าใหม่ของเธอ
and in the meantime maids went to find her sisters
และระหว่างนั้นคนรับใช้ก็ออกไปตามหาพี่สาวของเธอ
both her sister were with their husbands
น้องสาวของเธอทั้งสองอยู่กับสามีของพวกเขา
but both her sisters were very unhappy
แต่พี่สาวทั้งสองของเธอกลับไม่มีความสุขเลย
her eldest sister had married a very handsome gentleman
พี่สาวคนโตของเธอได้แต่งงานกับสุภาพบุรุษที่หล่อมากคนหนึ่ง
but he was so fond of himself that he neglected his wife
แต่เขารักตัวเองมากจนละเลยภรรยาของเขา
her second sister had married a witty man
น้องสาวคนที่สองของเธอแต่งงานกับผู้ชายที่เฉลียวฉลาด
but he used his wittiness to torment people
แต่เขาใช้ไหวพริบของตนในการทรมานผู้คน
and he tormented his wife most of all
และเขายังทรมานภรรยาของเขามากที่สุดอีกด้วย
Beauty's sisters saw her dressed like a princess
พี่สาวคนสวยเห็นเธอแต่งตัวเหมือนเจ้าหญิง
and they were sickened with envy
และพวกเขาก็รู้สึกอิจฉาจนป่วย

now she was more beautiful than ever
ตอนนี้เธอสวยกว่าที่เคย

her affectionate behaviour could not stifle their jealousy
พฤติกรรมความรักใคร่ของเธอไม่อาจระงับความหึงหวงของพวกเขาได้

she told them how happy she was with the Beast
เธอเล่าให้พวกเขาฟังว่าเธอมีความสุขกับสัตว์ร้ายนั้นมากเพียงใด

and their jealousy was ready to burst
และความอิจฉาของพวกเขาก็พร้อมที่จะระเบิดออกมา

They went down into the garden to cry about their misfortune
พวกเขาลงไปในสวนเพื่อร้องไห้ถึงความโชคร้ายของพวกเขา

"In what way is this little creature better than us?"
"สิ่งมีชีวิตตัวน้อยๆ นี้ดีกว่าเราอย่างไร?"

"Why should she be so much happier?"
"ทำไมเธอถึงต้องมีความสุขมากขนาดนี้?"

"Sister," said the older sister
"พี่สาว" พี่สาวพูด

"a thought just struck my mind"
"ความคิดหนึ่งก็แวบเข้ามาในใจฉัน"

"let us try to keep her here for more than a week"
"เราจะพยายามให้เธออยู่ที่นี่นานกว่าหนึ่งสัปดาห์"

"perhaps this will enrage the silly monster"
"บางทีสิ่งนี้อาจทำให้เจ้าสัตว์ประหลาดโง่เขลาโกรธ"

"because she would have broken her word"
"เพราะเธอคงจะผิดคำพูด"

"and then he might devour her"

"แล้วเขาก็จะกินเธอได้"
"that's a great idea," answered the other sister
"นั่นเป็นความคิดที่ดี" น้องสาวอีกคนตอบ
"we must show her as much kindness as possible"
"เราต้องแสดงความเมตตาต่อเธอมากที่สุดเท่าที่ทำได้"
the sisters made this their resolution
พี่สาวทั้งสองได้ตัดสินใจเรื่องนี้
and they behaved very affectionately to their sister
และพวกเขาก็แสดงความรักต่อน้องสาวของตนมาก
poor Beauty wept for joy from all their kindness
นางงามผู้น่าสงสารร้องไห้ด้วยความยินดีจากความกรุณาของพวกเธอ
when the week was expired, they cried and tore their hair
เมื่อสัปดาห์นั้นหมดลง พวกเขาก็ร้องไห้และฉีกผม
they seemed so sorry to part with her
พวกเขาดูเสียใจมากที่ต้องแยกทางกับเธอ
and Beauty promised to stay a week longer
และความงามสัญญาว่าจะอยู่ต่ออีกสัปดาห์หนึ่ง
In the meantime, Beauty could not help reflecting on herself
ในขณะเดียวกันความงามก็อดไม่ได้ที่จะทบทวนตัวเอง
she worried what she was doing to poor Beast
เธอเป็นกังวลว่าเธอกำลังทำอะไรกับสัตว์ที่น่าสงสาร
she know that she sincerely loved him
เธอรู้ว่าเธอรักเขาอย่างจริงใจ
and she really longed to see him again
และเธอปรารถนาที่จะพบเขาอีกครั้งจริงๆ
the tenth night she spent at her father's too

คืนที่สิบที่เธอใช้เวลาอยู่ที่บ้านพ่อของเธอเช่นกัน

she dreamed she was in the palace garden

เธอฝันว่าเธออยู่ในสวนพระราชวัง

and she dreamt she saw the Beast extended on the grass

และเธอฝันว่าเห็นสัตว์ร้ายนั้นนอนอยู่บนพื้นหญ้า

he seemed to reproach her in a dying voice

เขาเหมือนจะตำหนิเธอด้วยน้ำเสียงที่กำลังจะตาย

and he accused her of ingratitude

และเขากล่าวหาเธอว่าเป็นคนเนรคุณ

Beauty woke up from her sleep

นางงามตื่นจากหลับ

and she burst into tears

แล้วเธอก็ร้องไห้ออกมา

"Am I not very wicked?"

"ฉันไม่ชั่วร้ายมากใช่ไหม?"

"Was it not cruel of me to act so unkindly to the Beast?"

"การที่ข้าพเจ้ากระทำไม่ดีต่อสัตว์ร้ายนั้น

ถือเป็นความโหดร้ายของข้าพเจ้ามิใช่หรือ?"

"Beast did everything to please me"

"สัตว์ร้ายทำทุกอย่างเพื่อทำให้ฉันพอใจ"

"Is it his fault that he is so ugly?"

"มันเป็นความผิดของเขาเหรอที่เขาขี้เหร่ขนาดนั้น?"

"Is it his fault that he has so little wit?"

"มันเป็นความผิดของเขาหรือเปล่าที่เขามีไหวพริบน้อย?"

"He is kind and good, and that is sufficient"

"เขาเป็นคนใจดีและดี แค่นั้นก็เพียงพอแล้ว"

"Why did I refuse to marry him?"

"ทำไมฉันถึงปฏิเสธที่จะแต่งงานกับเขา?"
"I should be happy with the monster"
"ฉันควรจะดีใจกับเจ้าสัตว์ประหลาดนั่น"
"look at the husbands of my sisters"
"ดูสามีของน้องสาวฉันสิ"
"neither wittiness, nor a being handsome makes them good"
"ไม่ว่าความเฉลียวฉลาดหรือความหล่อเหลาก็ไม่ทำให้พวกเขาเป็นคนดี"
"neither of their husbands makes them happy"
"สามีของพวกเธอก็ไม่ทำให้พวกเธอมีความสุข"
"but virtue, sweetness of temper, and patience"
"แต่ความดี ความอ่อนหวานของอารมณ์ และความอดทน"
"these things make a woman happy"
"สิ่งเหล่านี้ทำให้ผู้หญิงมีความสุข"
"and the Beast has all these valuable qualities"
"และสัตว์ร้ายนั้นมีคุณสมบัติอันมีค่าเหล่านี้ทั้งหมด"
"it is true; I do not feel the tenderness of affection for him"
"เป็นความจริง ฉันไม่ได้รู้สึกอ่อนโยนต่อเขาเลย"
"but I find I have the highest gratitude for him"
"แต่ฉันพบว่าฉันรู้สึกขอบคุณเขามากที่สุด"
"and I have the highest esteem of him"
"และฉันก็มีความนับถือเขาอย่างสูง"
"and he is my best friend"
"และเขาคือเพื่อนที่ดีที่สุดของฉัน"
"I will not make him miserable"
"ฉันจะไม่ทำให้เขาต้องทุกข์ใจ"

"If were I to be so ungrateful I would never forgive myself"
"ถ้าฉันเป็นคนเนรคุณขนาดนั้น ฉันคงไม่มีวันให้อภัยตัวเอง"

Beauty put her ring on the table
ความงามวางแหวนของเธอไว้บนโต๊ะ

and she went to bed again
แล้วเธอก็เข้านอนอีกครั้ง

scarce was she in bed before she fell asleep
เธอแทบจะเข้านอนก่อนจะหลับไป

she woke up again the next morning
เธอตื่นขึ้นมาอีกครั้งในเช้าวันรุ่งขึ้น

and she was overjoyed to find herself in the Beast's palace
และนางก็ดีใจมากเมื่อพบว่าตนเองอยู่ในวังของสัตว์ร้ายนั้น

she put on one of her nicest dress to please him
เธอสวมชุดที่สวยที่สุดของเธอเพื่อเอาใจเขา

and she patiently waited for evening
และเธอก็อดทนรอจนถึงตอนเย็น

at last the wished-for hour came
ในที่สุด ชั่วโมง แห่งความปรารถนา ก็มาถึง

the clock struck nine, yet no Beast appeared
นาฬิกาตีเก้าโมงแล้วแต่สัตว์ร้ายก็ไม่ปรากฏตัว

Beauty then feared she had been the cause of his death
นางงามจึงเกรงว่าตนเป็นสาเหตุที่ทำให้เขาตาย

she ran crying all around the palace
เธอวิ่งร้องไห้ไปทั่วพระราชวัง

after having sought for him everywhere, she remembered her dream
เมื่อได้ตามหาเขาไปทั่วแล้ว นางก็ระลึกถึงความฝันของตนได้

and she ran to the canal in the garden

แล้วเธอก็วิ่งไปที่คลองในสวน
there she found poor Beast stretched out
ที่นั่นเธอพบสัตว์ที่น่าสงสารตัวนั้นนอนเหยียดอยู่
and she was sure she had killed him
และเธอแน่ใจว่าเธอได้ฆ่าเขา
she threw herself upon him without any dread
เธอโยนตัวไปหาเขาโดยไม่รู้สึกหวาดกลัวใดๆ
his heart was still beating
หัวใจของเขายังเต้นอยู่
she fetched some water from the canal
เธอตักน้ำจากคลองมา
and she poured the water on his head
แล้วเธอก็เทน้ำลงบนศีรษะของเขา
the Beast opened his eyes and spoke to Beauty
สัตว์ร้ายลืมตาและพูดคุยกับความงาม
"You forgot your promise"
"คุณลืมคำสัญญาของคุณ"
"I was so heartbroken to have lost you"
"ฉันเสียใจมากที่ต้องสูญเสียคุณไป"
"I resolved to starve myself"
"ฉันตั้งใจจะอดอาหารตัวเอง"
"but I have the happiness of seeing you once more"
"แต่ฉันมีความสุขที่ได้พบคุณอีกครั้ง"
"so I have the pleasure of dying satisfied"
"ฉันจึงมีความสุขที่ได้ตายอย่างพึงพอใจ"
"No, dear Beast," said Beauty, "you must not die"
"ไม่นะ เจ้าสัตว์ร้ายที่รัก" นางงามกล่าว "เจ้าจะต้องไม่ตาย"

"Live to be my husband"
"มีชีวิตอยู่เพื่อเป็นสามีของฉัน"
"from this moment I give you my hand"
"จากนี้ไปฉันจะยื่นมือให้คุณ"
"and I swear to be none but yours"
"และฉันสาบานว่าจะไม่มีใครอื่นนอกจากคุณ"
"Alas! I thought I had only a friendship for you"
"โอ้ย! ฉันคิดว่าฉันมีแค่มิตรภาพกับคุณเท่านั้น"
"but the grief I now feel convinces me;"
"แต่ความเศร้าโศกที่ฉันรู้สึกอยู่ขณะนี้ก็ทำให้ฉันมั่นใจขึ้นแล้ว"
"I cannot live without you"
"ฉันไม่สามารถอยู่ได้หากไม่มีคุณ"
Beauty scarce had said these words when she saw a light
ความงามอันแสนงดงามแทบจะไม่ได้กล่าวคำเหล่านี้เมื่อเธอเห็นแสงสว่าง
the palace sparkled with light
พระราชวังส่องประกายด้วยแสง
fireworks lit up the sky
ดอกไม้ไฟที่จุดขึ้นบนท้องฟ้า
and the air filled with music
และอากาศก็เต็มไปด้วยเสียงดนตรี
everything gave notice of some great event
ทุกสิ่งทุกอย่างแจ้งให้ทราบถึงเหตุการณ์สำคัญบางอย่าง
but nothing could hold her attention
แต่ไม่มีอะไรสามารถดึงความสนใจของเธอได้
she turned to her dear Beast
เธอหันไปหาสัตว์ที่รักของเธอ

the Beast for whom she trembled with fear
สัตว์ร้ายซึ่งเธอสั่นสะท้านด้วยความกลัว

but her surprise was great at what she saw!
แต่ความประหลาดใจของเธอยิ่งใหญ่มากกับสิ่งที่เธอเห็น!

the Beast had disappeared
สัตว์ร้ายนั้นได้หายไปแล้ว

instead she saw the loveliest prince
แต่เธอกลับเห็นเจ้าชายผู้น่ารักที่สุด

she had put an end to the spell
เธอได้ยุติคำสาปแล้ว

a spell under which he resembled a Beast
คาถาที่ทำให้เขาเหมือนสัตว์ร้าย

this prince was worthy of all her attention
เจ้าชายผู้นี้สมควรได้รับความสนใจจากเธออย่างยิ่ง

but she could not help but ask where the Beast was
แต่เธออดไม่ได้ที่จะถามว่าสัตว์ร้ายนั้นอยู่ที่ไหน

"You see him at your feet," said the prince
"เจ้าเห็นเขาอยู่ที่เท้าของเจ้า" เจ้าชายกล่าว

"A wicked fairy had condemned me"
"นางฟ้าชั่วร้ายได้ลงโทษฉัน"

"I was to remain in that shape until a beautiful princess agreed to marry me"
"ฉันจะคงอยู่ในสภาพนั้นต่อไปจนกว่าเจ้าหญิงที่สวยงามจะยอมแต่งงานกับฉัน"

"the fairy hid my understanding"
"นางฟ้าซ่อนความเข้าใจของฉันไว้"

"you were the only one generous enough to be charmed by the goodness of my temper"

"คุณเป็นคนเดียวเท่านั้นที่ใจกว้างพอที่จะหลงใหลในความใจดีของอารมณ์ของฉัน"

Beauty was happily surprised
ความงามก็ประหลาดใจอย่างมีความสุข
and she gave the charming prince her hand
และเธอก็ยื่นมือให้เจ้าชายผู้มีเสน่ห์
they went together into the castle
พวกเขาเข้าไปในปราสาทด้วยกัน
and Beauty was overjoyed to find her father in the castle
และนางงามก็ดีใจมากที่ได้พบพ่อของเธอในปราสาท
and her whole family were there too
และครอบครัวของเธอก็อยู่ที่นั่นด้วย
even the beautiful lady that appeared in her dream was there
แม้แต่หญิงสาวสวยที่ปรากฏในความฝันของเธอก็อยู่ที่นั่นด้วย
"Beauty," said the lady from the dream
"สวยจัง" หญิงสาวในฝันเอ่ย
"come and receive your reward"
"มารับรางวัลของคุณสิ"
"you have preferred virtue over wit or looks"
"คุณชอบคุณธรรมมากกว่าไหวพริบหรือรูปลักษณ์"
"and you deserve someone in whom these qualities are united"
"และคุณสมควรได้รับใครสักคนที่มีคุณสมบัติเหล่านี้รวมกัน"
"you are going to be a great queen"
"คุณจะเป็นราชินีที่ยิ่งใหญ่"
"I hope the throne will not lessen your virtue"
"หวังว่าราชบัลลังก์จะไม่ทำให้ความดีของคุณลดน้อยลง"

then the fairy turned to the two sisters

แล้วนางฟ้าก็หันไปหาสองสาว

"I have seen inside your hearts"

"ฉันได้เห็นภายในใจของคุณแล้ว"

"and I know all the malice your hearts contain"

"และข้าพเจ้าทราบถึงความชั่วร้ายที่อยู่ในใจของท่าน"

"you two will become statues"

"พวกคุณทั้งสองจะกลายเป็นรูปปั้น"

"but you will keep your minds"

"แต่คุณจะต้องรักษาจิตใจของคุณไว้"

"you shall stand at the gates of your sister's palace"

"เจ้าจงยืนที่ประตูวังของน้องสาวเจ้า"

"your sister's happiness shall be your punishment"

"ความสุขของน้องสาวคุณคือการลงโทษคุณ"

"you won't be able to return to your former states"

"คุณจะไม่สามารถกลับไปสู่สถานะเดิมของคุณได้อีกแล้ว"

"unless, you both admit your faults"

"เว้นแต่คุณทั้งสองจะยอมรับความผิดของตนเอง"

"but I am foresee that you will always remain statues"

"แต่ฉันคาดการณ์ว่าคุณจะยังคงเป็นรูปปั้นตลอดไป"

"pride, anger, gluttony, and idleness are sometimes conquered"

"ความเย่อหยิ่ง ความโกรธ ความตะกละ และความขี้เกียจ บางครั้งก็ถูกเอาชนะได้"

"but the conversion of envious and malicious minds are miracles"

"แต่ การเปลี่ยนแปลงจิตใจที่อิจฉาและคิดร้ายเป็นปาฏิหาริย์"

immediately the fairy gave a stroke with her wand
ทันใดนั้นนางฟ้าก็ตีไม้กายสิทธิ์ของเธอ
and in a moment all that were in the hall were transported
และทันใดนั้นทุกคนที่อยู่ในห้องโถงก็ถูกเคลื่อนย้ายออกไป
they had gone into the prince's dominions
พวกเขาได้เข้าไปในอาณาจักรของเจ้าชาย
the prince's subjects received him with joy
ราษฎรของเจ้าชายก็ต้อนรับเขาด้วยความยินดี
the priest married Beauty and the Beast
บาทหลวงแต่งงานกับเจ้าหญิงนิทราและอสูร
and he lived with her many years
และเขาใช้ชีวิตอยู่ร่วมกับเธอหลายปี
and their happiness was complete
และความสุขของพวกเขาก็สมบูรณ์
because their happiness was founded on virtue
เพราะความสุขของเขามีรากฐานมาจากคุณธรรม

The End
จุดจบ

www.tranzlaty.com

www.ingramcontent.com/pod-product-compliance
Lightning Source LLC
Chambersburg PA
CBHW012009090526
44590CB00026B/3940
* 9 7 8 1 8 3 5 6 6 9 9 2 1 *